पद्मश्री प्राण

मॉरिस हॉर्न, वर्ल्ड इनसायक्लोपेडिया ऑफ कॉमिक्सचे संपादकांनी कार्टुनिस्ट प्राणला 'वॉल्ट डिस्नी ऑफ इंडिया' म्हटले आहे.

त्यांचे कॉमिक्स पिढी दर पिढी वाढणाऱ्या नवतरूणांचा नेहमीसाठी सोबती राहिले आहेत. त्यांनी त्यांचे कॅरेक्टर्स चाचा चौधरी, साबू, श्रीमतीजी, पिंकी, बिल्लू, रमन इ. च्या मनोरंजनाचा भरपूर आनंद घेतला आहे. त्यांचे ५०० हून अधिक टायटल्स बाजारात सध्या विकले जातात आणि न्यूज पेपर्समध्ये डझनाने स्ट्रिप्स प्रकाशित होतात. चाचा चौधरीवर आधारित टीव्ही सिरियलचे ६०० पेक्षा जास्त भाग सातत्याने एका मुख्य वाहिनीवर दाखविण्यात आले. जगातील अनेक देशांचा प्रवास केलेल्या प्राण यांना लिम्का बूक ऑफ रेकॉर्डसने 'पिपल ऑफ द इअर ॲवार्ड' ने सन्मानित करण्यात आले आहे. १९८३ मध्ये त्यांचे कॉमिक बुक 'रमन, हम एक है' चे प्रकाशन तत्कालिन पंतप्रधान श्रीमती इंदिरा गांधी यांनी केले होते.

– प्रकाशक

लक्षात आलं, आज तर माझा जन्मदिवस आहे. केक आणल्याबद्दल धन्यवाद, बिल्लू.

केक मला दे. मी तो खाण्यासाठी अतूर झालो आहे.

आण इकडे.
असं काय करता पहिलवान? वाढदिवसाचा केक आहे, तो कापून खायला हवा.

तू हा काप, मी हॅप्पी बर्थ डे म्हणतो. मग आपण केक खाऊ या.

जा, हा केक कापण्यासाठी काही तरी घेऊन ये.

आता आणतो...

हे बरं राहील...

याने केक कापला जात नाही, दुसरे काही तरी घेऊन ये

हे कसं राहील?

पहिलवान केक कापायचा आहे, फोडायचा नाही. जा, दुसरे काही तरी घेऊन ये...

माझ्या मते तू आता नाही म्हणू शकणार नाहीस?
तलवार?

हेही चालणार नाही.
उफ्फ! काय घेऊन येऊ ते मला कळत नाही.

केक खाण्यासाठी माझा जीव चालला आहे, मला केक खाऊ दे.
थांब!
© PRAN'S FEATURES

केक तर कापूनच खाल्ला जातो.

तू हा केक धर...

क्रेक कापण्यासाठी मीच काही तरी घेऊन येतो.

हा चाकू आहे, याने केक कापला जाईल.

कुठे आहे केक?

तो तर मी कधीच खाऊन टाकला.

बिल्लू वॉल पोस्ट
बाईसाहेब, काही खायला द्या ना...
अजून स्वयंपाक झाला नाही, थोड्या वेळाने ये.

ठीक आहे, जेवण तयार झाल्यावर माझ्या वॉलवर पोस्ट करा.

ते पाहून मी येईल.
कमालच आहे!

क्राय कमाल आहे, मम्मी!
आता भिकारीही वॉल पोस्टबद्दल बोलू लागलाय.
आयटीचे युग आहे. ९० टक्के लोकांना सर्व काही माहीत असते.
दहा टक्क्यांना काहीच माहीत नाही.

आज काल हे सर्व कोण पाहतंय?

बिल्लू, भिंतीला पुन्हा रंग देत आहे, तिला खराब करू नको.
ओके, पप्पा.

बिल्लू, थांब.
लक्की फोटोग्राफर काय आहे?

मला हँडसम मुलाचा फोटो हवा आहे. त्यासाठी तू एकदम परफेक्ट आहेस.

घे, घे. हवे तितके फोटो घे.

हे फोटो मलाही हवेत.

मिळतील.

क्रधी देशील?

रात्री याच्या प्रिंट निघतील. सांग, तुला कशा देऊ?

माझ्या बॉलवर पेस्ट कर म्हणजे मग ते मला मिळाल्यासारखेच आहेत.

ठीक आहे.

दुसऱ्या दिवशी सकाळी
बिल्लू, तू माझे सर्व परिश्रम वाया घालविले आहेस.

गुरू ऽऽ!
मी तुमचे कोणते परिश्रम वाया घालविले?
मी अतिशय कष्टाने या भिंतीला रंग दिला होता, तू त्यावरच आपले फोटो चिटकवलेस?
मी तर लक्की फोटोग्राफरला माझे फोटो फेसबुक वॉलवर पोस्ट करायला सांगितले होते, त्याने ते घराच्या भिंतीवर पोस्ट केले?

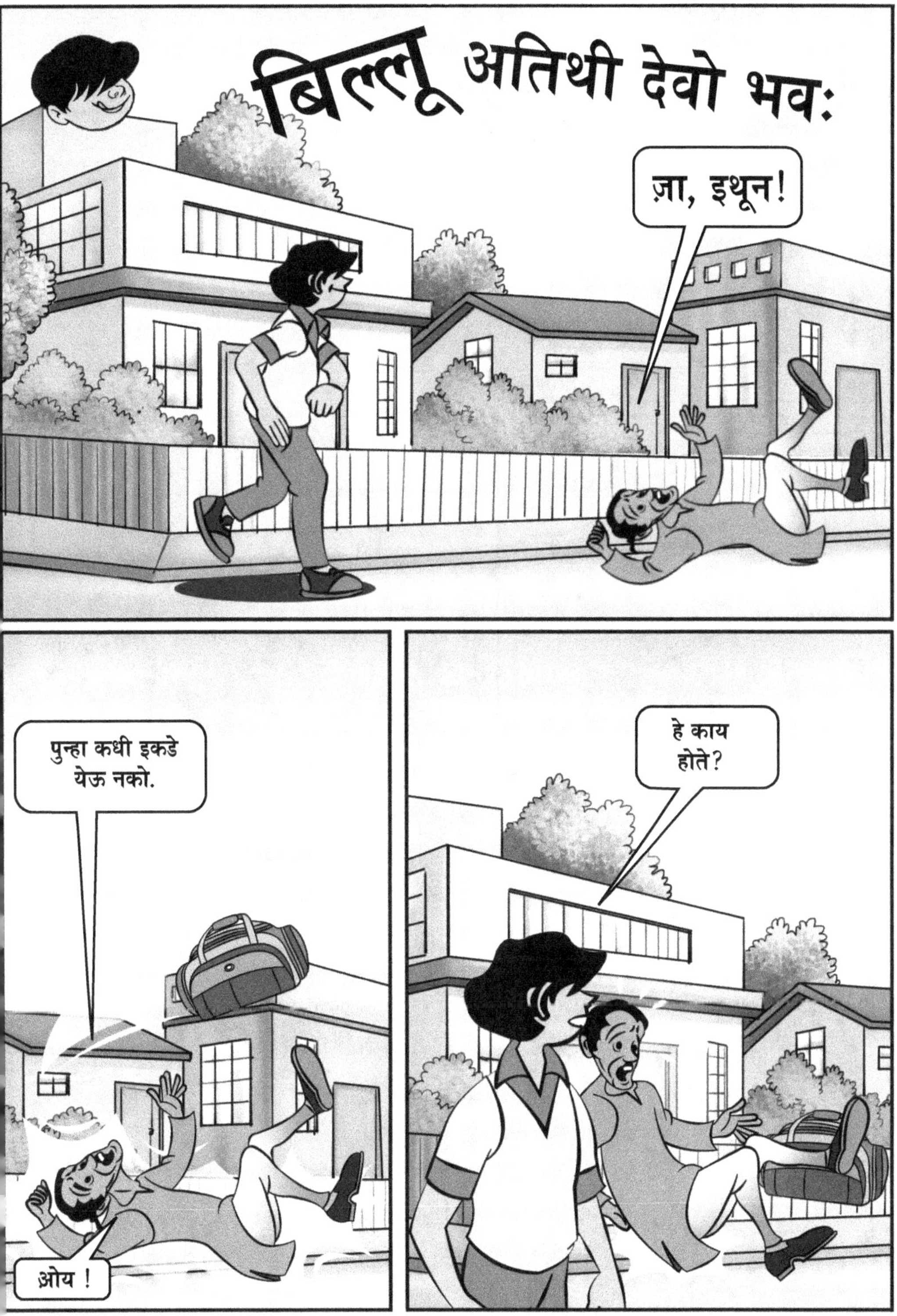

बिल्लू अतिथी देवो भव:

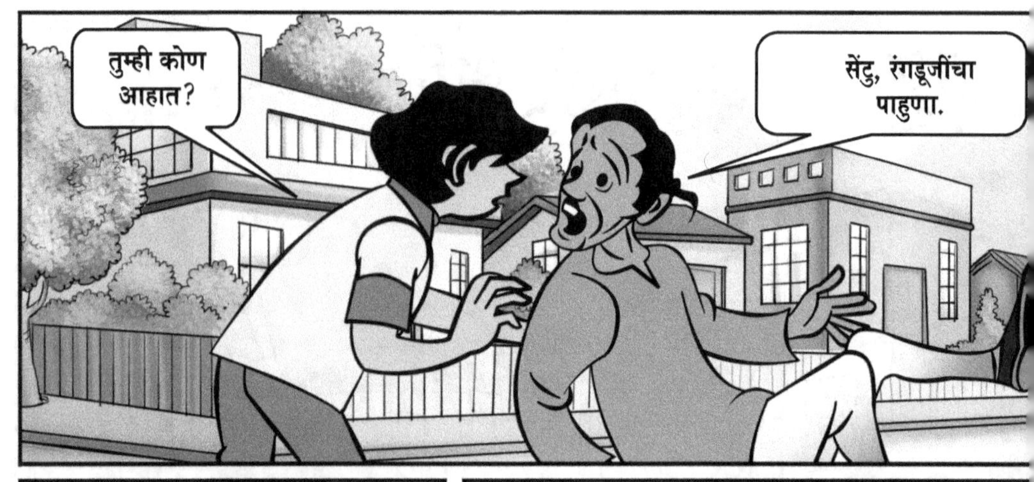

तुम्ही कोण आहात?
सेंटु, रंगडूजींचा पाहुणा.

पाहुण्यांची अशी अवस्था? रंगडूजींनी असे करायला नको होते.

पाहुणा म्हणजे देवाचे रूप असतो.

तुम्ही आमच्या गल्लीत पाहुणे म्हणून आला होतात, त्यामुळे पाहुणे होऊनच रहाल.

रंगडूजींच्या घरी नाही तर माझ्या घरी.

तुम्हाला हवे तोपर्यंत तुम्ही इथे राहू शकता. तुम्हाला काही हवे असेल, तर सांगा.

झोपायला तर मिळाले, आता काही खाण्यासाठी मिळाले असते, तर...

हे घ्या.
ह्याने मला काय होईल? काही आणखी आण...

आणखी थोडे घ्या...

मी तुला वारंवार त्रास देत आहे.

माझा मीच घेतो. जे फ्रीजमध्ये आहे तेही...

....आणि स्वंयपाकघरात आहे तेही.

हे सर्व थोडे कमी आहे.

तू आणखी थोडे बाजारातून आणू शकत नाहीस का?
हो, हो. का नाही?

हे घ्या.
थँक्यू!

खाण्याची वेळ संपली. आता झोपण्याची वेळ झाली.

नाष्ट्याला पाच किलो दूध, दहा पराठे आणि पन्नास सँडविच खाल्ल्या.

बिल्लू, हे काय संकट घरी घेऊन आलास?

या संकटावर आता एकच उपाय आहे.

या संकटावर आता हाच एक उपाय आहे.

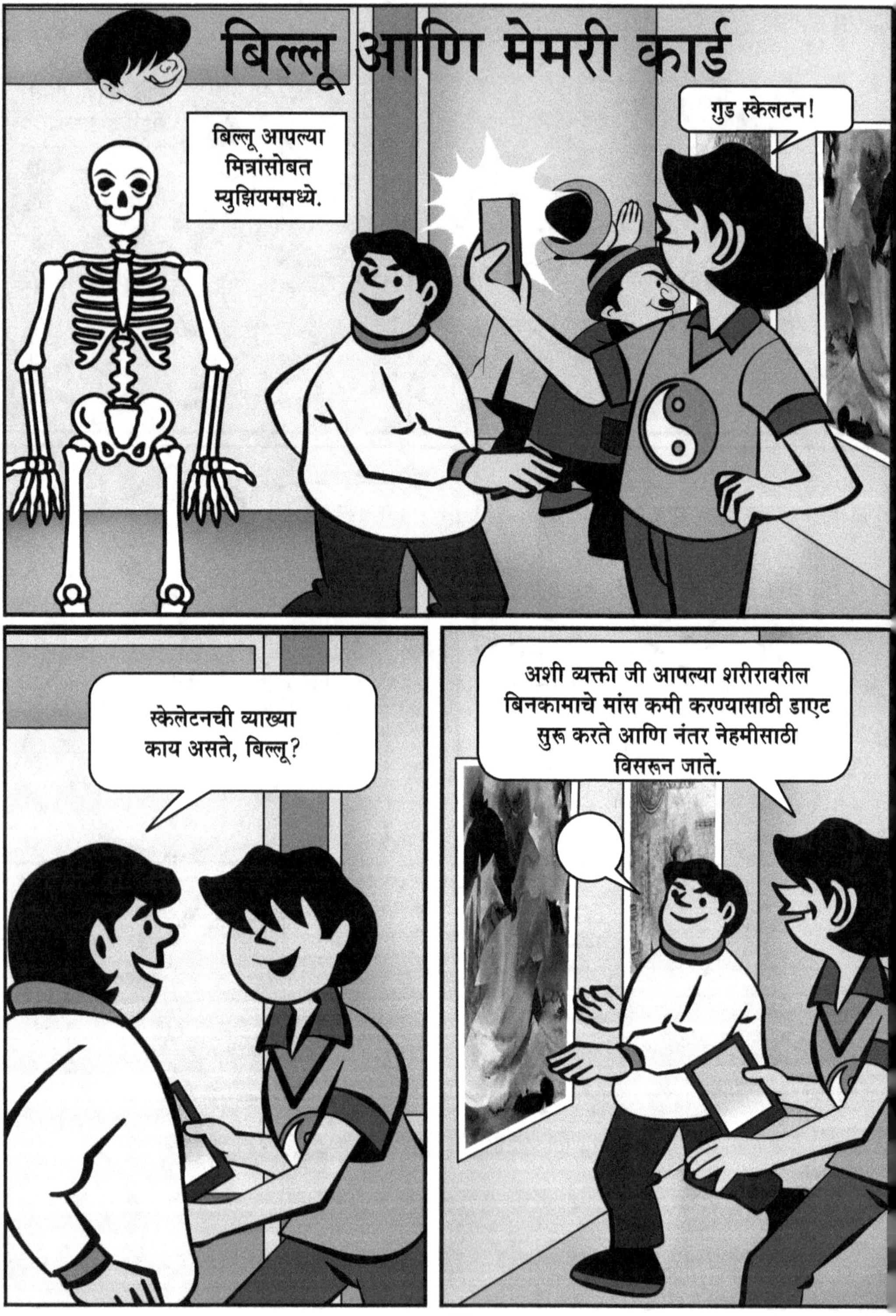

बिल्लू आणि मेमरी कार्ड

चल, जरा बाहेर जाऊन काही स्नॅक्स वगैरे खाऊ.

बिल्लू, ती पहा तुझ्या उपयोगाची गोष्ट.

मोबाईलने फोटो काढा आणि रुपयांचे बक्षिस जिंका.
खरोखरच माझ्यासाठी आहे.

कारण माझ्याकडे आहे मेगा पिक्सल आणि हाय डेफिनेशन वाला मोबाईल.

मोबाईलने फोटो काढा आणि रुपयांचे बक्षिस जिंका.

बिल्लू निघाला फोटो काढायला...

तेही अशा काही ठिकाणी जिथे फक्त बिल्लूच जाऊ शकतो.

दुसरे कोणीच नाही.

हा फोटो तर बिल्लू कोणत्याही परिस्थित काढणारच!

ओह!

पाणी घाण असले म्हणून काय झाले?

मी जो फोटो काढला आहे, तो तर चांगला आहे.

अशा फोटोला बक्षिस नांही मिळणार तर मग कशाला मिळणार?

ज़रा, मी काढलेले फोटो तरी पाहून घेतो...

अरे रे , नाही!

बिल्लू, तुझ्या मोबाईलमध्ये फोटो काढून आणलेस?
हो, पण ते फोटो माझ्या फोनमध्ये स्टोअर झाले नाहीत कारण...

क्रारण माझ्या मोबाईलमध्ये फोटो सेव्ह करणारे मेमरी कार्डच नव्हते.

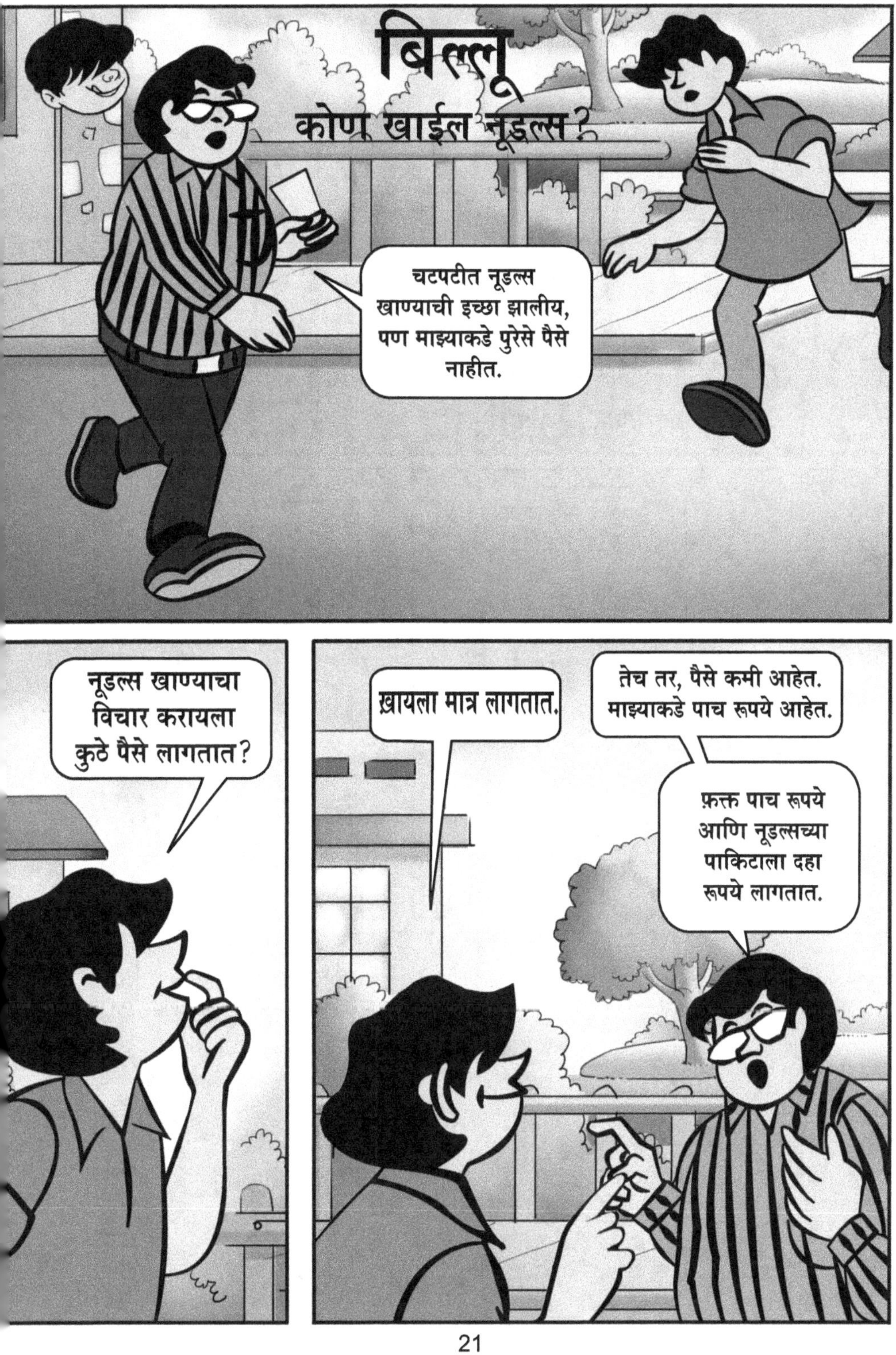

बिल्लू
कोण खाईल नूडल्स?

पाच रूपये माझ्याकडे आहेत. आपण दोघे मिळून नूडल्सचे पाकीट शेअर करू या.

ठीक आहे.

नूडल्सचे पाकिट आपण खरेदी केले आहे.
SHOPPING MALL

चल, आता हे बनवून खाऊ.

वास तर खूप छान येतोय.

मी खूप सारे
नूडल्स खाईल.

नाही, जास्त नूडल्स तर मीच
खाईल.

तूच खूप सारे नूडल्स
खाणार असशील तर
मग मी कुठे जाईल?

मी पाच रूपये टाकले
नसते, तर तू हे नूडल्स
घेऊ शकला नसतास.

म्हणून तू जास्त नूडल्स खाण्याचे म्हणतोस?
अगदी बरोबर!

मीच जास्त खाणार!

असे होणार नाही.
नाही, मीच जास्त खाणार!

नाही, मी !

मीच !

अरे गब्बू, बिल्लू, भांडण कशासाठी करता?

क्काय झालं, ते तर सांगा.
ग़ब्बू म्हणतो मी जास्त नूडल्स खाणार, मी म्हणतो मी जास्त खाणार.

आता तुम्हीच सांगा कोण जास्त खाणार ते?

क्रोणीही नाही.

तुमच्या भांडणाच्या नादात नूडल्स जळून राख झाले.

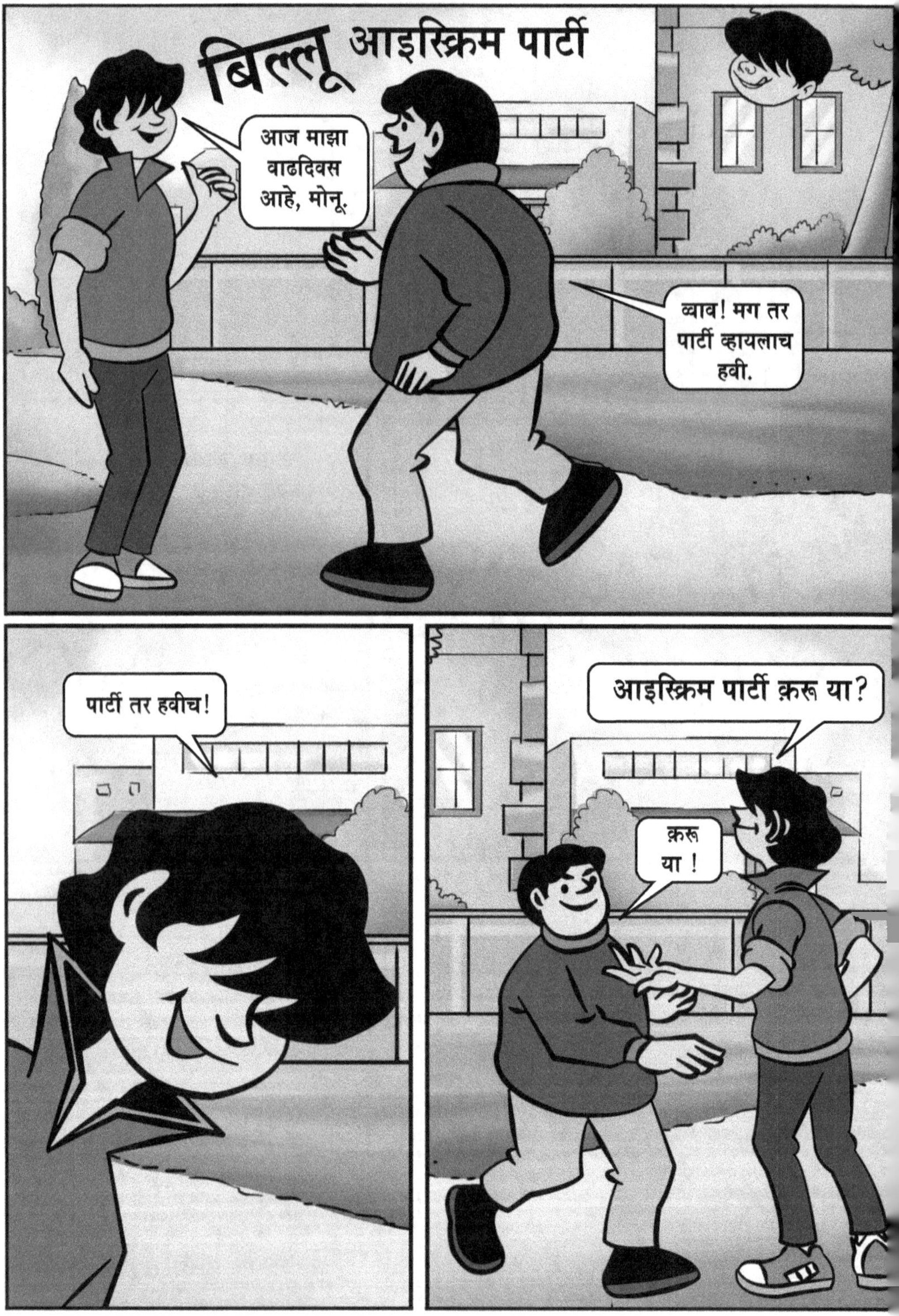

बिल्लू आइस्क्रीम पार्टी

मी आता येतो तयार होऊन.

बिल्लूच्या पार्टीला तू एकटाच जाणार?
तुम्ही सर्वजण चला, पण बिल्लूला कळले तर तो कमी बजेटचे कारण सांगून पार्टी टाळील.

मी काही तरी करतो.

तुम्ही आइस्क्रिम पार्लरच्या आसपास रहा.

या आइस्क्रिम पार्टीत हवे ते खा. बिल मी देईल.

माझा फोन वाजतोय...

मी बाहेर जाऊन फोन ऐकतो.
तोपर्यंत तू पार्टी एन्जॉय कर..

बिल्लू बाहेर गेलाय,
तुम्ही सर्व या...

दाबून
खा.
पेमेंट बिल्लू करणार
आहे.

अरे, पाचशे रुपये
बिल! कसे काय?

ICE CREAM STALL
आइस्क्रिम
पार्टी होती
ना
तुझ्याकडून?

आम्ही सर्वांनी पार्टी एन्जॉय केली.
पार्टी तर पार्टीच
असते ना?

ICE CREAM STALL
ही तर चिटिंग आहे.
तू कमिटमेंट केली होती ना, आता पेमेंट कर.

उद्या माझा वाढदिवस आहे. मी अशी कमिटमेंट करतो, की मी तुझे आणि तुझ्या एका मित्राचे आइस्क्रिम पार्टीचे पेमेंट करील.

दुसऱ्या दिवशी
हॅप्पी बर्थ डे मोनू.
थँक यू.

तुझी आइस्क्रिम पार्टीची कमिटमेंट?
पण लक्षात ठेव, माझी कमिटमेंट तू आणि तुझा एक मित्र अशी आहे.

ठीक आहे.
एकदम ठीक .

तर मग जा आइस्क्रिम पार्लरमध्ये मी थोड्या वेळात येऊन पेमेंट करतो.

ICE CREAM STALL
थोड्या वेळाने
दोन हजार रूपये बिल?

ICE CREAM STALL
तू आणि तुझा मित्र दोन हजार रूपयांचे आइस्क्रिम कसे काय खाऊ शकता?
साबूसारखा मित्र असेल, तर दोनच काय पाच हजारांची आइस्क्रिम खाल्ली जाऊ शकते.

हा ..हा.. हा...! जशाला तसे!
ICE CREAM STALL

बिल्लू
शूरवीर

ज़ोजी, कुठे आहेस?

तू इथे का आला आहेस?

मी जोजीचा मित्र आहे, तिला भेटायला आलो आहे.
ती एका शूर सैनिकाची मुलगी आहे.

तिचा मित्र एखादा बेडर युवक असेल, तुझ्यासारखा भित्रा उंदीर नाही.

जा इथून.
मी भित्रा नाही.

मी शूर वीर असल्याचे मी सिद्ध करू शकतो.
चालता हो.

पप्पा, तुम्ही त्याला एक संधी तर द्या.

माझ्यासोबत मोकळ्या मैदानात चला, तिथे मी तुम्हाला माझ्या शौर्याचे प्रात्यक्षिक दाखवितो.

चला, पाहू या. तिथे कोणते तीर मारतोस ते?

मैदानावर
हे इथे काय चालले आहे?
मेहरबान, कद्रदान, जिंका पूर्ण पाच हजार रूपयाचे बक्षिस.

आहे कोणी असा शूरवीर? जो आमच्या स्टंटमॅनप्रमाणे या तोफेत घुसू शकेल?

.....बारूद भरलेल्या या तोफेमध्ये.....

स्फोटासोबत हवेत उडायचे आणि....
.... जिंकायचे बक्षिसाचे पूर्ण पाच हजार रूपये.

इते कोणी सिंहाच्या छातीचा असेल तर त्याने पुढे यावे.

आमचा बिल्लू शूर आहे, तो तोफेत घुसेल.
?!

....पण... मी...?

आत पण, बीन काही नाही.
ज़ो डर गया, वो मर गया।

मी हे चॅलेंज स्वीकारायला तयार आहे.
शाब्बास, पट्टे!

तसे बिनधास्त रहा, तुला हिट सेफ्टी ड्रेस घातला जाईल.

तुझ्या सुरक्षिततेसाठी या रबर फोमच्या गाद्या आंथरल्या आहेत.

तोफेतून उडाल्यावर ज्या गाद्यांवरच पडशील.

ज़ोजी, सेफ्टी सूटमध्ये मी कसा दिसतो?

घाबरू नको, ही कामगिरी मी सहजपणे करेन.

बिल्लू खरोखरच एक दमदार मुलगा आहे.

आता बारूद भरतो.

उस्ताद, मुलगा तर खूप उंच उडाला आहे.
तू जास्त बारूद भरला होतास, आता तो मैदानाच्या बाहेर जाऊन पडेल.

अरे रे, त्याला जाऊन पहायला हवे!

क्राही अंतरावर फिल्मची शूटिंग सुरू होती...
असिस्टंट डायरेक्टर शॉटची रिहर्सल करून घ्या. सीन असा आहे, की हिरोईन या बिल्डिंगच्या खाली उभी आहे.
हिरोईनला एकटीला पाहून व्हिलन तिची छेड काढतो.
उंच इमारतीवरून हिरो व्हिलनवर उडी मारतो.
सर, स्टंटमॅन तर आला नाही, मग वरून कोण उडी मारणार?
आणि व्हिलनला चित करतो.
हिरोच्या डुप्लिकेटशिवाय सिन शूट कसा काय होणार?

स्टंटमॅनला लगेच बोलवा.

आकाशात..
खाली पडल्यावर माझे तुकडे तुकडे होऊन विखरून जातील.

नाही तर आजच्या शूटिंगचे सर्व नुकसान तुला भरून द्यावे लागेल.

ज़मिन तर खूप खाली आहे. मी काही वाचू शकणार नाही.

हे काय?

ओय ऽ ऽ ऽ !

हा कोण वरून टपकला?
द रिअल हिरो!

अतिशय छान! शूरवीर युवका.

हा घे, सायनिंग अमाउंटचा चेक. माझा पुढचा पिक्चर उडता हवाबाजचा हिरो तूच आहेस.
धन्यवाद!

वा! माझ्या ख-या शूरवीरा!

आता तर तुम्हालाही मान्य करावेच लागेल. मी आहे शूरवीर!.
वक्त मेहरबान तर बंदा पहिलवान!

बिल्लू आणि लूडबूड

ब्राळा, आज खूप नटणे-थटणे चालले आहे?
पप्पा, आज जोजीसोबत फिरायला जायचे आहे.

बिल्लू, आपली काळजी घे. जिथे जाशील तिथे जरा सांभाळून रहा.
मम्मी, बाय बाय. तू उगीच काळजी करतेस. आता मी काही लहान नाही.

अहा, गलफ्रेन्डसोबत डेटिंगवर जाणे अतिशय आनंददायी असते.

ओह! बजरंगी?
मला त्याची उधारी द्यायची आहे.
ढक्कन, तो बांदर बिल्लू दिसला तर मला सांग.
ज़ी, उस्ताद.

त्याने मला आज पाहिले तर तो काठीने माझी धुलाई करील.

इतेच थोडा वेळ लपून बसावे.

पहिलवान जोपर्यंत तिथे बसला आहे, तोपर्यंत मला पुढे कसे जाता येईल?

बिल्लू, कोणासोबत लपाछपी खेळत आहेस?

मला बंजरंगीचे पाचशे रूपये द्यायचे आहेत.
असं आहे तर!

मित्रा, उधारी घेतली असेल तर ती द्यायलाच हवी.

माझ्याकडे आता फक्त पाचशे रूपयेच आहेत.

त्या पैशांनी मला जोजीला रेस्टॉरंटमध्ये न्यायचे आहे.

तू हुशार आहेस, मला बजरंगीपासून दूर जाण्याचा काही तरी मार्ग सांग.

अरे हो, एक मार्ग आहे...
VOTE

आयडिया लोळत-घोळत.

ते काय असते?

तो रिकाम ड्रम दिसतोय?

तू त्यामध्ये बस. मी तुला ढकलून देतो. मग तू घरंगळत बजरंगीसमोरून पुढे निघून जाशील आणि त्याला काही दिसणारही नाही.

हे रिस्की नाही का?
आहे, पण पहिलवानापेक्षा कमी.

मित्रा, बाय. तुझा प्रवास सुखाचा होवो.

हा ड्रम कोणी पाडला?
मुलांनी खोडी काढली असेल.

अरे रे, माझी सर्व हाडे खिळखिळी झाली.

आता हा थांबणार कसा? याला तर ब्रेकही नाहीत.

धन्यवाद, ड्रम थांबला.

आता जोजीसोबत रेस्टॉरंटमध्ये जाण्यासारखी अवस्था उरली नाही.

घरीच जायला हवे आता.

हे काय?
लोळत- घोळत!
काही तरी नवीन उपदव्याप केला असेल.

Colour Activity

Match the picture to their shadows

Match the Pictures and send us back to win a surprise prize - write down the following details i block letter: Complete Name, Telephone Number with STD code (Mobile Number), Age, Place Birth, Date of Birth, Gender, Email ID and Complete Postal Address with Pincode.

Discover Talent @ Diamond Toons
X-30, Okhla Industrial Area, Phase-II, New Delhi-110020
Ph.: 011-40712100, 40712200, E-mail: sales@dpb.in

Fill in the blanks with the words BAG, CAR, CHIN, DISH, EAR, KIN, MAT, NEAP, PIN, PUMP, RANGE, STAR to reveal the names of 11 edible plants (mostly fruits and vegetables).

Fill in the blanks and send us back to win a surprise prize - write down the following details in block letter: Complete Name, Telephone Number with STD code (Mobile Number), Age, Place of Birth, Date of Birth, Gender, Email ID and Complete Postal Address with Pincode.

Discover Talent @ Diamond Toons

X-30, Okhla Industrial Area, Phase-II, New Delhi-110020
Ph.: 011-40712100, 40712200, E-mail: sales@dpb.in

Diamond TOONS

Chacha Chaudhary, Billoo & Pinki comics also available in Digest

X-30, ओखला इंडस्ट्रियल एरिया, फेज-2, नई दिल्ली-110020
फोन न.: 011 40716600, 10712200, ई-मेल : sales@dpb